VŨ NGỌC PHƯƠNG - LAN

(Biên soạn)

NGƯỜI NỘI TRỢ THÔNG MINH

MÓN NGON BỔ DƯỠNG CHO NAM GIỚI

NHÀ XUẤT BẢN PHỤ NỮ

Lời nói đầu

Ăn uống như thế nào vừa ngon miệng vừa đảm bảo sức khỏe luôn là mối băn khoăn của những người nội trợ. Nắm bắt được những băn khoăn đó, Nhà xuất bản Phụ nữ cho ra mắt bộ sách **Người nội trợ thông minh**, gồm các tập:

- ♦ *Món ngon bổ dưỡng cho nam giới*
- ♦ *Món ngon bổ dưỡng cho trẻ nhỏ*
- ♦ *Món ngon bổ dưỡng cho người cao tuổi*
- ♦ *Món ngon bổ dưỡng cho phái đẹp*
- ♦ *Món ngon đổi bữa cuối tuần*

Bộ sách cung cấp những kiến thức cần thiết cho người nội trợ về cách dùng thực phẩm tốt cho sức khỏe, mẹo nấu nướng và rất nhiều công thức chế biến các món ăn ngon miệng, phù hợp. Cách chế biến các món ăn được hướng dẫn dễ hiểu, có xác định độ khó khi chế biến với các cấp độ được đánh dấu bằng các sao (★), số sao càng nhiều thì độ khó càng lớn. Bạn còn được biết các mẹo nấu nướng tuy đơn giản nhưng vô cùng hiệu quả. Bạn sẽ thấy chuyện nấu nướng một bữa cơm gia đình không còn là vấn đề nan giải nữa mà nó trở thành niềm vui của người nội trợ, giúp thắt chặt tình cảm gia đình bên mâm cơm ngon và lành.

Người đàn ông tuy khỏe mạnh là vậy nhưng phải đối mặt với nhiều vấn đề ảnh hưởng đến sức khỏe như bệnh mạch vành, cao huyết áp, mỡ máu cao, gout… Các quý ông lại thích những món có thể làm "đồ nhắm" nhấm nháp cùng rượu bia mà trong đó có nhiều món không tốt cho sức khỏe… Vậy làm thế nào để có thể nấu ăn ngon, đủ chất và tốt cho sức khỏe?

Món ngon bổ dưỡng cho nam giới cung cấp các kiến thức về thực phẩm tốt cho nam giới, các kĩ năng nấu bếp đem lại thành công, đồng thời cuốn sách cũng tập hợp hơn 30 món ăn ngon miệng và bổ dưỡng, phù hợp khẩu vị và sức khỏe của nam giới. Chế biến được những món ăn đủ năng lượng, tốt cho sức khỏe và hợp khẩu vị thể hiện sự đảm đang, thông minh và tình yêu của các bà vợ dành cho chồng mình.

Chúc các bạn thành công!

Nhà xuất bản Phụ nữ

Những nhóm thực phẩm tốt cho sức khỏe nam giới

Chế độ ăn uống hợp lý là một điều kiện quan trọng đem lại sức khỏe cho mọi người. Nam giới có những đặc điểm về thể chất khác với phụ nữ như: Họ cần được cung cấp năng lượng dồi dào cho những hoạt động vận động, lao động hàng ngày, có một số chứng bệnh thường tấn công vào nam giới, nhất là nam giới sau tuổi 35, vấn đề sinh lực đàn ông cũng vô cùng quan trọng đối với họ. Chính vì lẽ đó, các quý ông cần được cung cấp những món ăn ngon miệng, đầy đủ và cân đối dưỡng chất. Các món ăn cho quý ông

không chỉ chú ý đến ngon mà còn cần tốt cho sức khỏe.

Các nghiên cứu đã chỉ ra rằng, nam giới cần một số nhóm dưỡng chất để đảm bảo sự khỏe mạnh về thể chất và năng lực đàn ông của họ, trong đó, vitamin có một vai trò vô cùng quan trọng.

Trong các loại hoa quả rau xanh ta dùng hàng ngày đã có các vitamin nhưng với các cặp vợ chồng mới cưới thì nhu cầu vitamin cần nhiều hơn. Tuy nhiên, bạn cần hiểu tác dụng của từng loại vitamin và cách dùng, không nên hiểu nhầm vitamin là chất tươi mát, tăng cường sức trẻ nên dùng bao nhiêu cũng được. Dùng quá liều các loại vitamin không những không có lợi mà còn gây hại cho cơ thể (bệnh thừa vitamin).

Các vitamin cần cho sức khỏe

- *Vitamin A:* Rất cần cho sự phát triển cơ thể, tăng cường thị lực và tăng sức đề kháng chống bệnh tật,

một chất chống oxy hóa, đề phòng xơ vữa động mạch gây cao huyết áp. Các nghiên cứu khoa học còn cho thấy vitamin E phòng được ung thư tuyến tiền liệt, một bộ phận khá quan trọng trong hoạt động tình dục của nam giới.

- *Vitamin F* (nhóm các chất axit béo chưa no) hiện là loại thuốc rất được ưa chuộng về khả năng chống béo phì, chống xơ vữa động mạch, chống lão hóa và chống ung thư.

- *Vitamin P và PP* làm vững các thành mạch và chống lại tác động của phóng xạ, các tia tử ngoại và các bức xạ khác, đồng thời hạn chế được sự thoái hóa của tế bào.

Khi dùng vitamin, các bạn cần đọc kỹ hướng dẫn về cách dùng, dùng đúng liều lượng cho phép hoặc tham khảo ý kiến của bác sĩ để sử dụng cho hợp lý.

chống sinh sỏi ở thận và cơ quan tiết niệu.

- *Vitamin B:* Giúp tăng cường hoạt động của các cơ và hệ thần kinh. Nhóm 3B (B_1, B_6, B_{12}) chữa viêm dây thần kinh. B_6, B_{12} thường bị thiếu hụt trong khẩu phần ăn và hấp thụ qua đường ruột kém. Một nghiên cứu cho thấy rằng hấp thu 1500mcg vitamin B_{12} mỗi ngày từ 2-13 tháng giúp tăng lượng tinh trùng lên 60%, rất cần thiết cho sức khỏe sinh sản nam giới.

- *Vitamin C:* Chống mệt mỏi, chống chảy máu vì nó giúp giữ vững các thành mạch.

- *Vitamin D:* Chống loãng xương ở người lớn và chống còi xương ở trẻ em.

- Riêng *vitamin E* rất cần cho tuổi xuân. Người ta cho chuột bạch dùng nhiều vitamin E thì thấy bộ phận sinh dục của chúng phát triển to lên một cách kỳ lạ và thời gian giao phối của chúng kéo dài suốt cả năm. Gần đây, vitamin E rất được coi trọng trong phòng, chống lão hóa. Đó là

Thực phẩm giàu vitamin A

Vitamin A có rất nhiều tác dụng đối với sức khỏe con người nói chung và sức khỏe nam giới nói riêng:

- Giúp cho các tế bào trong một loạt cấu trúc của mắt luôn khỏe mạnh. Ngoài ra, nó còn rất quan trọng đối với sự biến đổi ánh sáng thành các tín hiệu thần kinh trong võng mạc, giúp võng mạc nhận biết được các hình ảnh khi thiếu ánh sáng.

- Bảo vệ toàn vẹn biểu mô giác mạc và các tổ chức biểu mô dưới da, khí quản, các tuyến nước bọt, ruột non, tinh hoàn…

- Ảnh hưởng tới những gen quyết định sự phát triển liên tiếp của một số cơ quan trong quá trình phát triển phôi thai.

- Là hàng rào quan trọng bảo vệ cơ thể khỏi sự xâm nhập của vi khuẩn từ bên ngoài.

- Rất cần thiết cho chức năng sinh sản, vì nó gây ảnh hưởng lên chức năng và sự phát triển của tinh trùng, buồng trứng và nhau thai.

Vitamin A được tìm thấy trong nhiều loại thực phẩm, nó tồn tại trong thực phẩm có nguồn gốc động vật dưới dạng ritenol, còn trong thực vật dưới dạng caroten (tiền vitamin A). Gan, lòng đỏ trứng, bơ, sữa, pho mát, rau muống, rau ngót, rau cải xanh, bí đỏ, cà rốt, xoài, cà chua, dưa hấu, nho đỏ… có chứa nhiều vitamin A, là nguồn cung cấp vitamin A tự nhiên rất tốt cho cơ thể, nhất là cơ thể nam giới.

Cà chua: Một nghiên cứu của trường Đại học Harvard (Mỹ) cũng cho thấy, chất tạo màu đỏ trong cà chua có thể "tiêu diệt" các gốc tự do, bảo vệ tế bào tuyến tiền liệt. Một người trưởng thành mỗi ngày ăn 100-200g cà chua có thể đáp ứng được nhu cầu vitamin A của cơ thể. Cà chua chín dễ hấp thu nhất, lưu ý không nên ăn cà chua xanh.

Cà rốt: Người Hy Lạp cổ cho rằng, tất cả các thành phần của cây cà rốt đều có tác dụng kích thích tình dục. Họ ăn hạt, củ và lá trước khi muốn tăng thêm khả năng sinh lý. Nguồn caroten trong cà rốt là chất chống oxy hóa quan trọng để giúp phòng ngừa bệnh tim mạch và một số bệnh ung thư.

Thực phẩm giàu vitamin E

Sự trao đổi chất trong cơ thể nam giới dễ bị phá vỡ, vì thế họ có nguy cơ mắc bệnh cao huyết áp, trúng gió, tai biến mạch máu não… cao hơn so với phụ nữ. Vitamin E là chất chống oxy hóa mạnh, chống lại các ảnh hưởng có hại của các gốc tự do, không chỉ là tốt cho làn da, mái tóc và sinh lực của người phụ nữ mà nó còn có ý nghĩa vô cùng quan trọng đối với sức khỏe nam giới, giúp hạn chế các tai biến mạch máu, củng cố các sợi cơ, giảm chứng chuột rút, mỏi cơ, tăng khả năng sinh năng lượng.

Trong dầu thực vật, lương thực nguyên cám, các loại hạt như hạnh nhân, óc chó, yến mạch… đều giàu vitamin E.

Thực phẩm giàu vitamin C - Quả tươi bảo vệ tuyến thượng thận

Trong công việc, gia đình và xã hội, nam giới thường phải đóng vai trò trụ cột nên dễ bị căng thẳng. Nếu thường xuyên ở trong tình trạng căng thẳng, sức khỏe người đàn ông sẽ xuống dốc nhanh chóng, tinh thần không minh mẫn, một chuỗi hệ quả không tốt sẽ kéo theo. Một trong những dưỡng chất quan trọng giúp giảm bớt mệt mỏi căng thẳng là vitamin C. Không những thế, vitamin C có thể làm cho tinh trùng bị lão hóa trở lại hoạt động sung mãn, giúp tuyến thượng thận bài

tiết tốt, bảo vệ tinh trùng khỏi các tổn hại oxy hóa và ngăn ngừa tinh trùng dính vào nhau. Trong một nghiên cứu khoa học, đàn ông bị dính tinh trùng bổ sung khoảng 200-1000mg vitamin C mỗi ngày sẽ tăng khả năng sinh sản.

Thực phẩm giàu vitamin C là kiwi, cam, quýt, măng tây, súp lơ xanh…

Súp lơ: Theo nghiên cứu của Đại học Harvard (Mỹ), thực vật họ cải như súp lơ xanh có thể phòng ngừa ung thư bàng quang. Đây là một trong những dạng ung thư phổ biến với tỉ lệ mắc bệnh ở nam giới cao gấp 2-3 lần so với nữ. Phân tích chế độ ăn uống của gần 50.000 nam giới, các nhà khoa học nhận thấy: Những người mỗi tuần ăn súp lơ 5 lần trở lên sẽ giảm một nửa nguy cơ ung thư bàng quang so với người ít ăn. Trong số các loại cây họ cải, súp lơ trắng và súp lơ xanh có khả năng phòng ung thư bàng quang tốt nhất.

Thực phẩm giàu kẽm

Nam giới sau 24 tuổi, chất lượng và số lượng của tinh trùng đều trượt dốc dần dần, sau tuổi 40 thì khả năng sinh sản và khả năng "đàn ông" tụt dốc thấy rõ. Nguyên nhân là do lượng kẽm giảm. Trong các hải sản như hàu, tôm, cua, hàm lượng kẽm rất phong phú. Về cơ bản, nếu chế độ ăn của một người bình thường có đầy đủ các chất đạm thì sẽ đầy đủ chất kẽm. Một ngày một người trưởng thành cần 15mg kẽm. Chỉ cần một con hàu cũng đáp ứng đủ nhu cầu kẽm trong ngày, hoặc nếu bạn ăn 120 gam thịt nạc thì bạn đã được cung cấp 7,5mg kẽm.

Các thực phẩm giàu kẽm đặc biệt nhiều trong các loại sò, hàu và còn có trong cá, gan lợn, thịt bò, rau màu tím, vừng, lạc và các chế phẩm từ đậu.

Một lưu ý cho các quý ông: Lượng kẽm cần cho cơ thể người trưởng thành trong một ngày là 15mg. Không nên vì những tác dụng cường

dương của hàu, sò, gan lợn… mà ăn chúng với lượng quá nhiều, ăn liên tục trong nhiều ngày liên tiếp vì lúc đó gan sẽ phải làm việc rất vất vả để chuyển hóa một lượng đạm lớn trong những thực phẩm này, không những thế nó còn làm tăng lượng axit uric trong cơ thể - một nguyên nhân gây bệnh gout (gút) ở nam giới.

Một số thực phẩm khác giúp tăng cường khả năng sinh lí nam giới

Gừng là một gia vị được nhiều người ưa thích vì nó có tác dụng tăng cường khả năng tình dục. Gừng kết hợp với trứng vịt lộn có tác dụng tẩm bổ rất tốt cho nam giới. *Lưu ý:* Nên ăn ít rau răm vì rau răm có tác dụng ngược lại.

Quế và hồi là hai loại gia vị - dược liệu được thanh niên miền núi hay dùng, có tác dụng tốt hỗ trợ khả năng sinh hoạt tình dục.

Giá sống, trứng vịt lộn và gừng là ba thực phẩm rất cần thiết tăng cường khả năng sinh lý nam giới. Những nghiên cứu gần đây đã cho thấy mầm giá đậu tương có tác dụng tốt nhất. Tuy nhiên, không nên ăn giá đỗ cùng lúc với trứng vịt lộn.

Tinh hoàn động vật, người Tây Ban Nha có món ăn có khả năng kích thích rất mạnh là tinh hoàn bò tót ăn với nước sốt có nhiều gia vị. Ở Việt Nam, các bà vợ cũng thường chế biến món tinh hoàn bò, chó (trong Đông y gọi là "cẩu thận") và đặc biệt là tinh hoàn dê để phục vụ các đức ông chồng yếu sinh lý.

Patê gan các loại chim, gà và đặc biệt là bồ câu là những món ưa thích của các cặp vợ chồng mới cưới.

Tôm hùm cũng là một thức ăn làm tăng ham muốn, được truyền tụng từ thời xa xưa.

Trứng tươi, càng tươi càng tốt là loại thức ăn rất bổ dưỡng. Người ta đã so sánh: 1 kg trứng tươi bằng 10 kg sữa. *Lưu ý:* Không nên luộc hoặc rán trứng chín quá mà mất chất dinh dưỡng, ăn lại khó tiêu. Lòng đỏ trứng đánh với rượu vang hoặc sâm panh thành một món cocktail rất quý đối với vợ chồng mới cưới muốn sinh con.

Cần tây, măng tây, nấm và mộc nhĩ cũng giữ một vai trò quan trọng trong các thức ăn giúp tăng ham muốn tình dục.

MÓN NGON BỔ DƯỠNG

DÀNH CHO **NAM GIỚI**

Trong cuốn sách này, để thuận tiện trong việc nấu nướng, chúng tôi quy đổi một số đơn vị định lượng như sau:

- 1 thìa nhỏ = 1 thìa cà phê = 5 ml
- 1 thìa to   = 1 thìa canh   = 15 ml
- 1 cốc   = 200 ml

Khoai tây xào chua cay

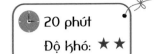

🕐 20 phút

Độ khó: ★ ★

Nguyên liệu	Khoai tây 3 củ, ớt sừng xanh, đỏ mỗi loại 1 quả.
Gia vị	Muối 1/2 thìa nhỏ, giấm 1/2 thìa to, hạt nêm 1/4 thìa nhỏ, tỏi 2 nhánh, hành nửa cây, dầu ăn 1 thìa to.

Cách chế biến

Chuẩn bị tất cả các nguyên liệu trên.

Ớt sừng xanh, đỏ bỏ cuống và hạt, khoai tây gọt vỏ, tất cả thái sợi; tỏi, hành rửa sạch, băm nhỏ.

Cho khoai tây vào ngâm nước sạch, rửa phần tinh bột bên ngoài.

Đổ nước vào nồi đun sôi, cho khoai tây vào chần khoảng 1 phút, vớt ra, để ráo nước.

Cho dầu vào chảo, phi thơm hành băm, tỏi băm.

Cho ớt xanh đỏ thái sợi vào xào 1 phút.

Cho khoai tây vào đảo đều.

Cho muối, hạt nêm vào, đun lửa to. Xào khoảng 3 - 5 phút rồi đổ giấm vào, trộn đều, để khoai tây lên màu đẹp.

Mẹo nhỏ

- Thái sợi khoai tây có độ dày như que diêm là được, nếu thái quá nhỏ và mỏng khoai sẽ bị nát.

- Ngâm khoai tây vào nước để rửa phần chất bột bên ngoài, đun sôi nước sau đó thả khoai tây vào nhằm mục đích làm chín phần khoai tây từ bên trong, như vậy khi xào khoai tây sẽ giòn và không dính nồi.

- Để làm cho món ăn tăng thêm hương vị, có thể dùng 5 quả ớt khô và 20 hạt hoa tiêu chưng làm dầu xào khoai tây. Cách làm dầu ớt hoa tiêu: Cho hoa tiêu và ớt vào bát nước lã ngâm 5 phút, vớt ra để ráo; sau đó cho dầu ăn vào chảo đun nóng vừa, trút ớt và hoa tiêu vào đun nhỏ lửa đến khi có mùi thơm thì trút ra bát. Vớt bỏ ớt và hoa tiêu, dùng phần dầu ăn chưng được để xào.

🕐 50 phút
Độ khó: ★ ★

Cá rô phi nướng cay

Nguyên liệu	Cá rô phi 1 con (khoảng 800g), hành tây nửa củ, rau cần 5 cây.
Gia vị	Muối 1/4 thìa nhỏ, rượu 1 thìa to, tương ớt chưng 2 thìa to, nước dùng 300ml, hành lá 2 cây, ớt khô, hoa tiêu, gừng lát, tỏi băm, gừng băm, dầu ăn 4 thìa to.
Chuẩn bị	Hành tây bóc vỏ rửa sạch, thái sợi; rau cần nhặt rửa sạch, thái đoạn; hành rửa sạch, thái đoạn.

Mẹo nhỏ

- Món ăn này có thể làm với cá trắm cỏ, cá chép, cá diêu hồng.
- Vì tương ớt chưng rất mặn, hơn nữa cá đã được ướp, do vậy, khi nấu không nên cho thêm nhiều gia vị muối.

Cách chế biến

Cá làm sạch, ướp muối và rượu khoảng 15 phút.

Hành tây cắt xong xếp dưới đáy đĩa.

Cho cá đã ướp lên đĩa hành, rắc gừng băm và rưới 1 thìa dầu to lên.

Chuẩn bị nhiệt độ lò nướng 220°C, cho cá vào, nướng ở tầng giữa khoảng 20 phút, rồi lấy ra.

Lấy một chảo khác, cho 3 thìa to dầu ăn, cho gừng, tỏi, hành, ớt khô, hoa tiêu vào xào thơm. Cho tương ớt chưng vào đun cùng.

Đổ nước dùng vào, đun lửa to đến khi sôi, sau đó đun lửa nhỏ khoảng 3 phút.

Cho rau cần đã cắt khúc vào đun qua là được.

Múc nước gia vị rưới lên mình cá.

Chuẩn bị nhiệt độ lò nướng 220°C, cho cá vào lò, nướng ở tầng giữa khoảng 5-8 phút là được.

Đậu phụ Tứ Xuyên

Nguyên liệu	Đậu phụ non 400g, thịt bò xay 100g.
Gia vị	Nước tương miso, dầu thực vật, mỗi loại 1 thìa to, nước dùng 1/2 cốc, bột đao một ít, bột ớt, bột hoa tiêu, hạt tiêu xay, hành hoa, gừng băm, tỏi băm mỗi loại 1 thìa nhỏ.

16

Cách chế biến

Đậu phụ rửa sạch thái miếng nhỏ, cho vào nồi nước sôi, luộc đến khi đậu nổi lên mặt nước, vớt ra.

Cho đậu phụ vào nước lạnh có chút muối ngâm khoảng 15 phút, vớt ra để ráo.

Cho dầu vào chảo, phi thơm gừng, tỏi.

Cho tiếp thịt bò băm vào xào chín.

Cho bột hạt tiêu, bột ớt, nước tương miso và dầu ăn vào xào.

Trút đậu non vào. Lắc chảo để đậu ngấm nước sốt.

Cho nước dùng, bột hoa tiêu, đun lửa to đến khi sôi, vặn lửa nhỏ đun thêm khoảng 5 phút.

Cho một ít bột đao hòa nước lã vào đảo đều, đổ ra bát, rắc hành hoa, hạt tiêu trang trí là được.

Mẹo nhỏ

Nước tương miso là loại tương có nguồn gốc từ Nhật Bản, hiện bán nhiều ở các siêu thị, có loại của Việt Nam sản xuất. Tương miso rất mặn, vì thế làm món ăn này không nên cho nhiều muối.

Măng xào tương miso

Nguyên liệu	Thịt lợn 180g, ớt ngâm, măng củ tươi, mộc nhĩ ngâm nở, mỗi loại 25g.
Gia vị	A: Muối 1/4 thìa nhỏ, rượu, nước trắng, dầu ăn mỗi loại 1 thìa to, bột đao 1 thìa nhỏ. B: Bột đao 2 thìa nhỏ, nước trắng 4 thìa to. C: Rượu mỗi loại 1 thìa to, xì dầu 1 thìa nhỏ, đường trắng 2 thìa nhỏ, giấm, ớt ngâm, tương miso đỏ mỗi loại 1 thìa nhỏ, hạt nêm 1/4 thìa nhỏ, nước dùng 1/3 cốc. D: Gừng băm, tỏi băm mỗi loại 2 thìa nhỏ, hành thái nhỏ, nước tương miso 1 thìa nhỏ, dầu ăn 1 thìa to.
Chuẩn bị	Măng củ tươi bóc vỏ, thái sợi, luộc vài lần, thịt lợn, mộc nhĩ, ớt ngâm lần lượt rửa sạch, thái sợi.

Cách chế biến

1

Cho thịt lợn thái sợi vào bát, dùng gia vị A trộn đều, ướp khoảng 1 phút.

2

Cho gia vị B vào bát, hòa nước bột đao, gia vị C cho vào bát khác hòa thành nước hỗn hợp, đợi dùng.

3

Cho dầu vào chảo đun nóng, trút thịt lợn đã ướp vào, đun lửa to xào đến khi lên màu thịt, múc ra đợi dùng.

4

Cho dầu vào chảo, phi gừng băm, tỏi băm và nước tương miso thơm, cho thịt lợn vào đảo đều.

5

Cho măng thái chỉ, ớt ngâm thái sợi, mộc nhĩ đen vào xào.

6

Cho hỗn hợp nước gia vị vào, đảo đều.

7

Cho nước bột đao vào, đun đến khi nước gần cạn.

8

Trước khi bắc bếp, cho hành hoa lên và múc ra đĩa.

Mẹo nhỏ

- Nước bột đao khi đổ vào món ăn có thể bị lắng lại, khi rót vào cần khuấy đều tay.
- Mục đích của việc cho nước tương miso đỏ là muốn món ăn có màu đỏ đẹp, nhưng không nên cho quá nhiều, nếu không món ăn sẽ bị mặn.

Thịt lợn xào măng chua

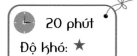

🕐 20 phút

Độ khó: ★

Nguyên liệu	Măng chua 150g, thịt lợn nạc 120g, ớt sừng xanh đỏ mỗi loại 1 quả.
Gia vị	A: Muối 1/8 thìa nhỏ, xì dầu, dầu ăn, rượu mỗi loại 1 thìa to, bột đao 1 thìa nhỏ, nước trắng 2 thìa to. B: Hạt nêm 1/4 thìa nhỏ, gừng băm, hành củ băm mỗi loại 10g, dầu ăn 1 thìa to.
Chuẩn bị	Thịt lợn thái sợi, cho thịt lợn vào bát, ướp 10 phút với gia vị A.

Cách chế biến

Măng chua thái sợi; ớt xanh, đỏ bỏ cuống và hạt, rửa sạch, thái sợi.

Cho dầu vào chảo đun sôi ba phần, cho thịt vào xào đến khi chuyển màu, múc ra đợi dùng.

Giữ lại một ít dầu trong chảo, phi thơm gừng, hành.

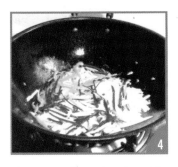

Cho măng chua vào xào, vài phút sau khi ớt sừng xanh đỏ vào xào.

Cho thịt vào đảo đều.

Trước khi bắc bếp cho một ít hạt nêm vào trộn đều là được.

Mẹo nhỏ

- Cách tự làm măng chua nguyên liệu: *Chọn mua măng củ loại ngon, mới thu hoạch, tách bỏ phần bẹ già, thái sợi hoặc thái lát mỏng. Rửa sạch đem ngâm nước vo gạo. Cứ một ngày thay nước vo gạo mới một lần. Khoảng 3-4 ngày măng mềm, trắng và có vị chua thì vớt ra rửa và ngâm vào nước lã, cho vào tủ lạnh bảo quản để dùng dần.*

- Cách tự làm măng chua ăn liền: *Măng củ sơ chế như trên, thái sợi hoặc thái con chì. Pha 2 phần đường, 1 phần muối, 5 phần dấm vào 1/2 lít nước, đun sôi lên. Sắp măng vào hũ, lọ. Trút nước giấm đường đun sôi vào ngập măng. Đậy kín, khoảng 3-4 ngày sau là dùng được.*

Thịt lợn xào khoai tây

Nguyên liệu	Khoai tây 500g, thịt lợn ba chỉ 250g, ớt xanh Đà Lạt 20g.
Gia vị	Muối 1 thìa nhỏ, xì dầu nhạt màu 2 thìa to, hạt nêm 1/4 thìa nhỏ, hành 2 củ, dầu ăn một ít.
Chuẩn bị	Thịt ba chỉ thái hình vuông, khoai tây gọt vỏ, thái hình vuông, ớt xanh Đà Lạt bỏ cuống và hạt, thái miếng nhỏ, hành thái lát.

Cách chế biến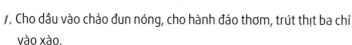

1. Cho dầu vào chảo đun nóng, cho hành đảo thơm, trút thịt ba chỉ vào xào.

2. Để lửa nhỏ đến khi thịt ra mỡ có màu vàng nhạt nhưng không quá khô.

3. Cho khoai tây vào đảo đều, nêm muối.

4. Đậy nắp đun lửa nhỏ, trong quá trình đun có thể mở ra đảo đều, thêm chút nước vào nếu khô quá. Đun đến khi khoai tây chín vàng, khi nước sắp cạn, cho ớt xanh, hạt nêm, xì dầu vào đảo đều chín ớt là được.

Mẹo nhỏ

Khi xào thịt không nên xào quá lâu, vì sau khi cho khoai tây vào xào thịt vẫn có thể ra mỡ. Khoai tây tươi luôn chứa nước, nhưng nếu đun lâu có thể cho thêm một chút nước.

Chân giò hầm

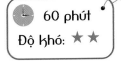
🕐 60 phút
Độ khó: ★ ★

Nguyên liệu	Chân giò lợn 1 cái (khoảng 1.000g)
Gia vị	Rượu 1,5 thìa to, xì dầu 1/2 thìa to, đường phèn 25g, gừng 50g, hành cây, tỏi mỗi loại 30g, dầu ăn.
Chuẩn bị	Cạo bỏ sạch lông chân giò, rửa sạch chặt miếng; gừng thái lát, tỏi bóc vỏ, hành rửa sạch.

Cách chế biến

1. Đun sôi nước cho chân giò vào chần qua, vớt ra, rửa lại sạch.
2. Cho dầu vào chảo đun nóng, đổ chân giò vào đảo đều.
3. Đun lửa nhỏ đến khi thịt săn lại, cho gừng, hành, tỏi vào xào thơm.
4. Đổ nước vào, cho xì dầu, rượu vào đun lửa to đến khi sôi.
5. Trút chảo chân giò và nước canh vào nồi sâu đáy, sau đó cho đường phèn vào.
6. Đậy nắp nồi, đun lửa nhỏ, trong quá trình đun đảo vài lần, khi nước sánh lại và cạn bớt là được.

Thịt dê hầm

60 phút
Độ khó: ★ ★

Nguyên liệu	Thịt bắp dê 400g, khoai tây 200g, cà rốt 80g, tỏi tây 50g.
Gia vị	A: Rượu 2 thìa to, dầu hào 4 thìa to, đường phèn 12g, nước mắm 1 thìa to. B: Nước dùng 2 cốc, dầu thực vật 4 thìa to, gừng 5 lát, tỏi 5 nhánh, quế chi 20g, hoa hồi 4 quả.
Chuẩn bị	Thịt bắp dê rửa sạch, chặt miếng có kèm xương; khoai tây, cà rốt gọt vỏ rửa sạch thái hạt lựu; cắt riêng phần xanh và trắng của tỏi tây, cắt khúc ngắn.

Cách chế biến

Cho ba thìa dầu vào chảo đun nóng vừa, cho thịt dê vào chiên lửa to đến khi chín vàng, vớt ra.

Cho khoai tây, cà rốt vào chảo chiên vàng, vớt ra đợi dùng.

Lấy một nồi khác, cho một thìa dầu to, cho gừng, tỏi vào phi thơm, sau đó cho thịt dê vào đảo đều.

Tiếp tục cho hoa hồi, quế chi và đổ nước vào nồi thịt dê.

Đun lửa to đến khi sôi, cho gia vị A vào.

Đậy nắp nồi, đun lửa nhỏ đến khi thịt dê chín nhừ, cho khoai tây, cà rốt vào tiếp tục đun lửa nhỏ.

Đun đến khi nước trong nồi chỉ còn 1/4, cho phần tỏi trắng vào trước, đun một lát, sau đó cho phần tỏi xanh vào.

Cuối cùng đổ sang nồi đất, đun sôi là được.

Mẹo nhỏ

Khoai tây và cà rốt sau khi chiên, đợi hầm chín thịt dê mới cho vào. Muốn biết thịt dê nhừ hay chưa, dùng đũa xiên vào thịt dễ dàng là biết được. Thời gian nấu món ăn này càng lâu càng ngon.

Nộm sách bò

⏱ 40 phút
Độ khó: ★

Mẹo nhỏ

- Sách bò sau khi ngâm xong cần để ráo nước. Món ăn này có vị mặn ngọt, chua vừa, giòn, đường và giấm không nhiều.

- Chú ý khi làm dầu ớt không để nhiệt độ quá cao, nếu không ớt sẽ bị cháy. Sau khi chiên, thời gian ngâm càng lâu càng có vị thơm ngon, màu sắc của dầu ớt càng đỏ. Nếu bạn không làm được món dầu ớt có màu đỏ cũng không sao, chỉ cần thơm và cay là được. Phần ớt lọc ra không nên bỏ đi, có thể cho vào món ăn xào sẽ rất thơm ngon.

Nguyên liệu	Sách bò 250g, ớt đỏ tươi (thái sợi) 1 quả, lạc giã 15g, vừng chín 10g.
Gia vị	Muối 2/3 thìa nhỏ, giấm 1 thìa nhỏ, đường, dầu mè mỗi loại 1/2 thìa nhỏ, hạt nêm 1/4 thìa nhỏ, dầu ớt 3 thìa to, rau mùi 15g, rau kinh giới 10g.

Cách chế biến

1. Cho sách bò vào chậu, ngâm nước ấm 20 phút, vớt ra, để ráo nước.

2. Sách bò thái khúc dài khoảng 5cm, dày 0,5cm.

3. Cho nước vào chảo đun sôi, cho sách bò vào đun sôi lần nữa, vớt ra.

4. Sách bò vớt ra cho vào nước lạnh ngâm 10 phút, sau đó vớt ra, để ráo nước.

5. Cho tất cả gia vị vào bát trộn đều, cho thêm ớt đỏ thái sợi, vừng chín và lạc giã nhỏ.

6. Cho sách bò vào trộn đều là được.

Cách làm dầu ớt

1. Cho ớt bột vào bát, dùng 1 thìa to nước ấm đổ vào nhào mịn, đợi dùng.

2. Cho nửa cốc dầu ăn vào chảo nóng, đợi dầu nguội bớt, cho các nguyên liệu còn lại vào.

3. Đun lửa nhỏ đến khi có mùi thơm và các nguyên liệu ngả màu vàng, dầu nóng vừa.

4. Lọc vớt các hương liệu ra, đổ dầu còn nóng vào bát ớt, để khoảng 20 phút, sau đó lọc hết các bột ớt ra là thành món dầu ớt.

Nguyên liệu	Bột ớt 20g, quế chi 1 miếng nhỏ, hoa hồi 2 quả, hoa tiêu 10 hạt, tỏi 6 nhánh (thái lát), gừng tươi 6 lát, dầu ăn 1/2 cốc.

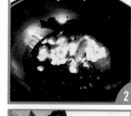
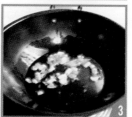

Nộm mề gà

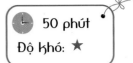

🕐 50 phút
Độ khó: ★

Mẹo nhỏ

- Món ăn này có thể dùng mề ngan vịt, chúng khá to nên thời gian luộc cần lâu hơn một chút.
- Mề gà thái miếng càng mỏng càng ngấm gia vị, khi trộn xong có thể cho vào để tủ lạnh khoảng 30 phút. Nước gia vị trộn có thể làm nhiều một chút, cất tủ lạnh và có thể ăn trong 1 tuần.

Nguyên liệu	Mề gà 500g.
Gia vị	Gừng tươi 5 lát, hành hoa 2 cây, rượu 1 thìa nhỏ, hoa hồi 2 cái, quế chi 10g, hoa tiêu 10 hạt, tỏi băm, ớt bột, dầu mè mỗi loại 1 thìa to, gừng băm 1/2 thìa to, dầu ăn 2 thìa to, giấm ăn 1 thìa nhỏ, muối, hạt nêm, đường trắng mỗi loại 1/4 thìa nhỏ, vừng trắng (rang thơm) 15g, rau mùi.

Cách chế biến

1. Mề gà làm sạch, rửa sạch.

2. Đổ nước vào nồi, cho gừng, hành, rượu vào đun lửa to đến khi sôi.

3. Cho mề gà vào, đun lửa vừa khoảng 10 phút.

4. Mề gà chín vớt ra, ngâm vào nước đá hoặc để trong tủ lạnh 15 phút.

5. Cho dầu vào chảo, đợi dầu nguội cho hoa tiêu, quế chi, hoa hồi, đun lửa nhỏ đến khi có mùi thơm, vớt bỏ bã, lấy phần dầu thơm.

6. Cho tỏi băm, gừng băm, bột ớt vào bát, rưới một ít dầu nóng vừa chiên các gia vị trên, trộn đều làm gia vị trộn.

5. Mề gà để ráo nước, thái miếng mỏng (càng mỏng càng tốt).

6. Cho hỗn hợp gia vị cay vào bát mề gà, sau đó cho tiếp xì dầu, muối, giấm, đường, dầu mè, hạt nêm và trộn đều, sau đó để vào tủ lạnh 30 phút, lấy ra, rắc rau mùi, vừng trắng lên là được.

Nộm gà cay

⏰ 30 phút
Độ khó: ★

Nguyên liệu	Đùi gà 2 cái (khoảng 300g).
Gia vị	Bột ớt khô, dầu mè, rượu mỗi loại 1 thìa to, dầu ăn 2 thìa to, muối, xì dầu mỗi loại 1/2 thìa nhỏ, hành hoa 3 cây, tỏi, rau mùi, gừng mỗi loại 10g, lạc giã nhỏ 20g, vừng trắng 15g.
Chuẩn bị	Rau mùi thái nhỏ, gừng băm nhỏ, tỏi băm nhỏ, hành thái nhỏ. Cho đùi gà ướp với muối, hành, gừng, rượu, sau đó cho vào tủ lạnh để 30 phút.

Cách chế biến

1. Thoa một lớp mỡ dưới đáy nồi cơm điện, đặt đùi gà đã ướp vào nồi, cho hành, gừng vào cùng, sau đó bật nút đun, khi nút bật trở lại, chờ 10 phút rồi bật nút đun lại lần nữa, khi nút đó bật lại chứng tỏ thịt gà đã chín.

2. Lần lượt rang vừng, lạc. Lưu ý rang nhỏ lửa, sau đó đổ ra, đợi nguội, cho lạc vào túi rồi đập giập.

3. Vớt thịt gà ra, để ráo nước, xé thịt gà thành sợi và cho vào bát.

4. Cho tỏi, bột ớt, muối vào bát, đun nóng dầu lên đổ vào bát và trộn đều.

5. Cho dầu mè, xì dầu, rau mùi, hành, lạc giã, vừng vào trộn đều với nước gia vị, rau đó rưới lên thịt gà và trộn đều là được.

Mẹo nhỏ

- *Trước khi ướp, khứa vài nhát dao vào đùi gà, giúp thịt gà dễ ngấm gia vị.*
- *Sau khi gà chín, vớt ra, cần cho vào tủ đá một lúc, thịt gà sẽ dai và giòn hơn.*

Gà rang ớt

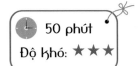

50 phút
Độ khó: ★ ★ ★

Nguyên liệu	Gà non 1/2 con (khoảng 400g), ớt khô nguyên quả 20g.
Gia vị	A: Muối 1/4 thìa nhỏ, xì dầu 1/2 thìa to, rượu 1 thìa to.
	B: Đường 1 thìa nhỏ, nước mắm, giấm thơm, dầu mè mỗi loại 1 thìa to, hạt nêm 1/2 thìa nhỏ, gừng 20g, tỏi 15g, hành 10g, vừng trắng một ít, dầu ăn 3 thìa to.
Chuẩn bị	Gà chặt miếng, ớt thái đoạn, gừng thái sợi, tỏi băm nhỏ, hành thái đoạn, vừng rang chín.

Cách chế biến

Cho thịt gà vào bát, cho gia vị A vào trộn đều, ướp khoảng 30 phút (thời gian ướp càng lâu thịt gà càng ngấm gia vị).

Cho dầu vào chảo đun nóng, cho thịt gà vào chiên vàng, vớt ra để nguội.

Dầu trong chảo đun nóng, trút thịt gà vào chiên tiếp khoảng 1 phút, sau đó vớt ra.

Giữ lại một ít dầu, cho ớt khô, gừng, tỏi vào xào thơm.

Cho thịt gà đã chiên vào chảo, sau đó cho nước mắm, đường, giấm, hạt nêm và một thìa canh nước vào đảo đều.

Xào đến khi nước gần cạn, cho hành, rưới dầu mè, vừng chín lên là được.

Mẹo nhỏ

- *Nên chiên thịt gà 2 lần để có được độ giòn, màu bóng đẹp.*
- *Khi xào thịt gà cần cho thêm một ít nước, để các gia vị ngấm vào thịt, nhưng lượng nước không quá nhiều.*

Cánh gà sốt chua cay

🕐 50 phút
Độ khó: ★ ★

Nguyên liệu	Cánh gà 350g
Gia vị	A: Xì dầu, rượu mỗi loại 1 thìa to, đường 1/2 thìa nhỏ, muối 1/4 thìa nhỏ, dầu ớt 2 thìa to.
	B: Gia vị lẩu chua cay 1 thìa to, đường 1/2 thìa nhỏ, giấm thơm 1 thìa nhỏ, tỏi 5 nhánh (thái lát), gừng 5 lát, hoa hồi 2 cái, ớt khô 15g, hoa tiêu 5g.

Cách chế biến

1. Cánh gà chặt thành miếng nhỏ, cho gia vị A vào cánh gà trộn đều, ướp khoảng 15 phút.

2. Cho dầu vào chảo đun nóng, cho cánh gà vào chiên, để lửa vừa và nhỏ đến khi cánh gà chín vàng hai mặt, vớt ra đợi dùng.

3. Giữ lại dầu ở chảo, cho gừng, tỏi vào phi thơm.

4. Cho ớt đỏ, hoa tiêu vào xào thơm.

5. Trút cánh gà vào chảo, cho đường, giấm thơm, gia vị lẩu, nước (phần nước ngập 1/3 phần thịt).

6. Đun lửa to đến khi sôi, vặn lửa nhỏ, đậy nắp hầm khoảng 20 phút, sau đó mở nắp, đun đến khi nước cạn là được.

Bò thưng

⏰ 60 phút

Độ khó: ★ ★

Nguyên liệu	Thịt bò bắp 500g, mỡ gáy 200g, dừa xiêm 1 quả, sả 3 cây, tỏi 2 tép, hành khô 1 củ, hẹ lá 5 nhánh.
Gia vị	Bột canh 3 thìa nhỏ, nước mắm 1/2 thìa canh, đường trắng 1 thìa nhỏ, tiêu xay 1/3 thìa nhỏ, ngũ vị hương 1/2 thìa nhỏ, dầu ăn 1/4 bát. Nước chấm: Nước mắm tỏi ớt.
Chuẩn bị	Mỡ gáy thái que, sả đập giập, hành, tỏi băm nhuyễn.

Cách chế biến

1. Thịt bò thái miếng mỏng, ướp với 1 thìa nhỏ bột canh, tiêu xay, hành tỏi băm.

2. Cho mỡ gáy vào miếng thịt, cuốn chặt tay. Dùng lá hẹ buộc chặt, chiên vàng.

3. Lót sả dưới đáy nồi, xếp thịt bò vào, cho 1/5 cốc nước lọc, nước dừa và phần gia vị còn lại vào nồi đun sôi, sau đó vặn nhỏ lửa đun khoảng 50 phút là được.

4. Vớt thịt bò ra khỏi nồi, thái miếng vừa ăn. Dọn ăn kèm với rau sống, bánh tráng.

Vịt tiềm ngū vị

40 phút
Độ khó: ★ ★

Nguyên liệu	Vịt cỏ 1/4 con (khoảng 300g).
Gia vị	Rượu, giấm trắng mỗi loại 2 thìa to, xì dầu 1 thìa nhỏ, đường 1,5 thìa to, gừng 10g, tỏi 5 nhánh, hoa hồi 3 cái, bột đao, dầu ăn mỗi loại 1 thìa to.
Chuẩn bị	Vịt rửa sạch, chặt miếng; gừng rửa sạch, thái lát; bột đao hòa 2 thìa to nước lã.

Cách chế biến

Đổ nước vào nồi đun sôi, cho thịt vịt vào đun khoảng 10 phút, vớt ra, để ráo nước.

Cho dầu vào chảo, phi gừng, tỏi thơm.

Cho thịt vịt vào xào.

Đun lửa nhỏ xào đến khi thịt vịt săn lại, mỡ chảy ra.

Cho các gia vị còn lại vào, sau đó đổ khoảng 400ml nước sôi vào nồi.

Đun lửa to đến khi sôi lại, sau đó vặn lửa nhỏ hầm thịt.

Khi nước trong nồi còn 1/2, cho nước bột đao vào.

Đun lửa nhỏ đến khi nước sền sệt là được.

Mẹo nhỏ

- *Lớp mỡ gần lớp da của vịt khá nhiều, khi chặt có thể tách bỏ lớp mỡ ra khỏi thịt.*
- *Đun chảo nóng trước, sau đó mới cho dầu và thịt vịt vào, khi xào thịt vịt sẽ không bị dính vào chảo.*
- *Món ăn này chỉ cần cho một ít dầu là được, vì khi xào thịt vịt sẽ ra rất nhiều mỡ.*

Cá om bia

Nguyên liệu	Cá trắm cỏ 1 con khoảng 1,5kg, bia 250ml, ớt sừng xanh đỏ mỗi loại 1 quả, cà chua 1 quả, hành lá vài cây.
Gia vị	Đậu phụ nhự 3 miếng, tương ớt chưng 1/2 thìa to, rượu, nước mắm 1 thìa to, hạt nêm 1 thìa nhỏ, muối, bột hạt tiêu trắng mỗi loại 1/2 thìa nhỏ, dầu ăn 4 thìa to, gừng 8 lát, tỏi 5 nhánh, ớt khô 5 quả.
Chuẩn bị	Cà chua rửa sạch, thái miếng; ớt sừng xanh đỏ bỏ cuống và hạt, rửa sạch thái miếng.

Cách chế biến

1. Cá trắm cỏ làm sạch, chặt khúc.

2. Cho cá vào bát, dùng rượu, muối tẩm đều lên cá, ướp khoảng 15 phút.

3. Cho 3 thìa to dầu ăn vào chảo đun nóng, sau đó cho thêm 4 lát gừng, đun sôi dầu ăn rồi vớt gừng ra.

4. Cho cá vào rán chín vàng hai mặt.

5. Lấy nồi khác, cho dầu vào đun nóng, cho tỏi, tương ớt chưng, đậu phụ nhự và 4 lát gừng vào xào thơm, đổ bia vào đun sôi.

6. Cho cá vào, cho thêm nước mắm và đun lửa to đến khi sôi, sau đó vặn lửa vừa đun 15 phút.

7. Cho ớt khô, cà chua vào, tiếp tục đun khoảng 5 phút, đến khi nước còn lại 1/3.

8. Cho ớt xanh đỏ vào đun gần chín, cho hạt nêm, hạt tiêu trắng vào đảo đều, cho hành là được.

Mẹo nhỏ

- *Đậu phụ nhự, tương ớt chưng đều có vị mặn, do đó món ăn này cho muối lúc ướp cá, không cần cho thêm muối nữa.*

- *Khi cho cá vào chảo rán, không vội vàng lật giở, đun lửa nhỏ khoảng 10 phút, đợi cá chín một mặt rồi mới lật.*

Đậu sốt thịt băm

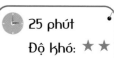
🕐 25 phút
Độ khó: ★ ★

Nguyên liệu	Thịt lợn băm 80g, đậu phụ non 4 miếng, ớt ngâm 2 quả.
Gia vị	Nước mắm 1,5 thìa to, muối 1/8 thìa nhỏ, giấm nếp 1/2 thìa to, hạt nêm, gừng băm mỗi loại 1/2 thìa nhỏ, tỏi băm, hành hoa, đường trắng mỗi loại 1 thìa nhỏ, nước dùng (hoặc nước trắng) 1/2 cốc, dầu ăn, bột đao 1/2 thìa to.

Cách chế biến

Cho dầu vào chảo đun nóng, cho thịt băm vào xào.

Đun lửa nhỏ đến khi thịt băm ngả màu vàng, cho gừng băm, tỏi băm, hành hoa, ớt ngâm vào xào thơm.

Cho nước dùng (hoặc nước trắng) vào chảo.

Nêm những gia vị còn lại vào (trừ nước bột đao và hành hoa), thả đậu phụ cắt miếng vào chảo.

Đun lửa vừa đến khi sôi, vặn lửa nhỏ đến khi nước trong chảo gần cạn. Hòa bột đao với 1 thìa to nước trút vào đảo đều.

Đun đến khi nước sánh lại, rắc hành hoa trang trí là được.

Mẹo nhỏ

- Đậu phụ non có hương vị thơm ngon hơn đậu phụ già.
- Ớt ngâm khi xào có vị hơi mặn, vì thế không nên cho nhiều muối vào món ăn.
- Khi làm món ăn này, tránh dùng xẻng đảo, vì đậu phụ rất dễ nát, có thể lắc chảo để thực phẩm và gia vị được trộn đều.

Cá hố rán giòn

Nguyên liệu	Cá hố 300g
Gia vị	Gừng 4 lát, muối 1/4 thìa nhỏ, dầu ăn 1 thìa to, bột năng hoặc bột tẩm chiên 1/2 thìa to.

Cách chế biến

1. Cá hố rửa sạch, cắt khúc, khía vài nhát lên thân cá.

2. Dùng muối trộn đều với cá, ướp khoảng 20 phút.

3. Cho dầu vào chảo đun nóng, cho 4 lát gừng vào, đun một lúc sau đó gắp gừng ra. Khi cá khô nước, phủ một lớp bột khô rất mỏng lên cá, cho vào chảo, đun lửa nhỏ rán khoảng 10-15 phút, đợi khi mặt cá rán vàng mới lật.

4. Mặt còn lại của cá cũng đun lửa nhỏ rán khoảng 10-15 phút.

Mẹo nhỏ

- *Cá hố là cá nước mặn, thịt cá mềm, ngọt, khi ướp không nên cho quá nhiều muối.*

- *Làm nước chấm cá: Tỏi 3 tép, ớt 1 quả giã nhuyễn, cho 1 thìa cà phê đường hòa tan với 1 thìa to nước mắm rồi trút tỏi ớt giã vào.*

- *Để rán cá không dính chảo: Tẩm một ít bột lên cá khi rán sẽ không bị dính chảo; không lật cá quá sớm, cần để lửa nhỏ trước, cá đã chín một mặt mới lật cá.*

20 phút
Độ khó: ★ ★

Cá hố sốt cay

Nguyên liệu	Cá hố 300g
Gia vị	Muối 1/4 thìa nhỏ, đường 1 thìa to, xì dầu 1 thìa nhỏ, gừng băm, tỏi băm mỗi loại 20g, hành thái nhỏ 10g, nước bột đao 1 thìa to, giấm ăn một ít, dầu ăn 2 thìa nhỏ. Nước đun sôi 150ml.
Chuẩn bị	Cá hố cắt khúc, ướp muối 15 phút.

Cách chế biến

1. Đun dầu nóng, cho cá vào, rán lửa nhỏ để cá chín vàng hai mặt, gắp ra đợi dùng.

2. Giữ lại một ít dầu trong chảo, cho gừng, tỏi băm, hành thái nhỏ vào xào thơm, cho cá vào đun lửa nhỏ, đổ 150ml nước, cho muối, xì dầu, đường vào đun tiếp.

3. Đun lửa to cho sôi, sau đó vặn lửa nhỏ đến khi lượng nước còn rất ít, cho nước bột đao vào khuấy đều.

4. Đun đến khi nước đặc sánh, trước khi tắt bếp, rưới một ít giấm lên là được.

Mẹo nhỏ

- Cho giấm vào món ăn để có mùi thơm, không nên cho quá nhiều, tránh bị chua.
- Với các món cá, khi cho thêm nước vào lúc đang nấu thì nên cho nước sôi, tránh việc cá bị tanh vì nước lã.

Mì Trung Hoa

🕐 **100 phút**

Độ khó: ★ ★

Mẹo nhỏ

- *Khi thắng đường cần đun lửa nhỏ, không nên đun lửa to, tránh bị khét.*
- *Sợi bánh đa rất hút nước, vì thế khi nấu, để nước trong nồi nhiều một chút.*
- *Sau khi nấu xong, có thể gắp hết phần cái ra bát, khi ăn mới trút nước sốt còn lại lên, nếu không sợi bánh đa sẽ hút hết nước trong nồi, trở nên mềm nát ăn không ngon.*

Nguyên liệu	Thịt lợn 400g, bánh đa (mì gạo khô) 150g.
Gia vị	Muối 1/2 thìa nhỏ, xì dầu, rượu mỗi loại 1 thìa nhỏ, hành 1 cây, hoa hồi 2 quả, đường phèn 8g, gừng 3 lát, dầu ăn 2 thìa nhỏ.
Chuẩn bị	Thịt lợn rửa sạch, thái miếng; sợi bánh đa ngâm nước ấm 20 phút, hành cắt khúc.

Cách chế biến

Đun sôi nước, cho thịt lợn vào luộc sơ đến khi nổi bọt, vớt ra rửa sạch, để ráo nước.

Cho 1 thìa dầu ăn vào chảo, cho thịt lợn vào, đun nhỏ lửa đến khi thịt chín vàng, ra mỡ, bắc ra.

Đun nóng dầu ăn, cho đường phèn vào, đun nhỏ lửa đến khi đường có màu nâu sẫm.

Cho thịt vào đảo đều, cho hành cắt khúc, hoa hồi, gừng, rượu vào đảo đều.

Đổ 1,2 lít nước vào nồi, cho gia vị vào, đậy nắp đun lửa to đến sôi rồi vặn lửa nhỏ đun khoảng 60 phút.

Đun được 30 phút, thì gắp hành, gừng trong nồi ra.

Vớt bánh đa đã nở ra, để ráo nước.

Khi nước trong nồi còn 1/3, cho bánh đa vào.

Mở nắp đun nhỏ lửa, đến khi sợi bánh đa chín mềm là được. Rắc hành hoa lên trên.

Thịt thả mắm

Nguyên liệu	Thịt lợn mông 500g, hành khô 3 củ, rau sống 300g, 2 xấp bánh tráng.
Gia vị	Tiêu sọ 1 thìa canh, nước mắm 1,5 bát, đường trắng 1,5 bát.
Gia vị chấm	Nước mắm tỏi ớt: nước cốt chanh 1 thìa canh, nước mắm 2 thìa canh, đường 2 thìa canh, nước ấm 2 thìa canh, tỏi 3 tép, ớt hiểm 3 trái.

Cách chế biến

Sơ chế tất cả nguyên liệu.

Thịt lợn luộc chín, cho ra ngâm ngay vào nước lạnh cho nguội.

Đun sôi nước mắm pha đường cát trắng, tiêu sọ và hành khô cho đến khi đường tan, để nguội.

Cho thịt lợn vào hũ đựng thủy tinh, đổ hỗn hợp nước mắm vào cho ngập thịt. Để khoảng ba ngày là dùng được.

Thịt thả mắm sau ba ngày, lấy ra thái miếng mỏng sắp vào đĩa. Ăn kèm với rau sống, xà lách, bánh tráng và nước mắm tỏi ớt.

Mẹo nhỏ

Để thịt thả mắm không bị hư: Để nước mắm đã đun thật nguội rồi mới đổ vào hũ ngâm thịt.

Súp kiểu Nga

48

Nguyên liệu	Thịt bò tươi 300g, hành tây 1/2 củ, cà rốt, khoai tây mỗi loại 1 củ, cà chua 2 quả.
Nguyên liệu trong bơ sữa	Bơ 40g, bơ sữa tươi 15g, sữa tươi 100g, bột mì 20g.
Gia vị	Tương cà chua 100ml, muối, hạt nêm, đường trắng mỗi loại 1 thìa nhỏ, hạt tiêu đen 1/2 thìa nhỏ.
Chuẩn bị	Cà chua, cà rốt, khoai tây, hành tây lần lượt gọt vỏ rửa sạch, thái miếng to; thịt bò thái miếng vuông.

Cách chế biến

1. Đổ nước vào nồi đun gần sôi thì cho thịt bò vào đun to lửa đến khi sủi bọt, sau đó vớt thịt bò ra, rửa sạch.

2. Đun chảo nóng, sau đó cho bơ vào đun lửa nhỏ cho tan chảy, cho cà rốt, khoai tây, hành tây vào xào thơm, múc ra đợi dùng.

3. Cho bơ vào chảo đun tan chảy, cho bột mì vào khuấy đều, cho bơ tươi, sữa tươi vào trộn đều làm thành tương bơ sữa, trút ra đợi dùng.

4. Đổ nước vào nửa nồi, cho thịt bò vào đun sôi, sau đó vặn nhỏ lửa hầm 30 phút, cho rau củ vừa xào vào, tiếp tục đun lửa nhỏ 30 phút.

5. Cho cà chua vào nồi, đun lửa nhỏ đến khi thịt bò và rau củ chín mềm, cho tương cà chua, muối, hạt nêm, đường trắng vào và khuấy đều.

6. Cho tương bơ sữa vào, rắc hạt tiêu, đun đến khi nước canh sánh đặc là được.

Mẹo nhỏ

- Thịt bò luộc qua, lượng dùng vừa đủ, nếu không món ăn có quá nhiều thịt bò sẽ không ngon.

- Bơ không thể thiếu trong món ăn này, cho thêm bơ vào mới có hương vị đặc biệt.

- Phải hầm thịt bò trong 30 phút trước khi cho các loại củ vào, nếu không món ăn sẽ bị nát mà thịt bò vẫn chưa nhừ.

- Bốn nguyên liệu chủ yếu của món súp này là: Bơ, sữa bò tươi, sữa tươi và tương cà chua.

Canh sườn nấu khoai môn

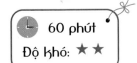

🕐 60 phút

Độ khó: ★ ★

Nguyên liệu	Xương sườn 200g, khoai môn 150g.
Gia vị	Rượu, hạt nêm mỗi loại 1/2 thìa nhỏ, muối, hạt tiêu mỗi loại 1/4 thìa nhỏ, bột đao 4 thìa lớn, dầu ăn 3 thìa lớn, rau mùi 5g, muối súp 1/2 thìa nhỏ, rau mùi tàu 2 lá.
Chuẩn bị	Khoai môn gọt vỏ rửa sạch, cắt miếng nhỏ; bột đao cho vào bát dùng 3 thìa nước to khuấy đều, rau mùi, rau mùi tàu rửa sạch cắt nhỏ.

Cách chế biến

Xương sườn chặt miếng, rửa sạch, cho vào bát, cho muối súp, rượu vào ướp khoảng 20 phút.

Cho dầu vào chảo đun nóng, cho khoai môn vào đun lửa vừa chiên vàng, vớt ra đợi dùng.

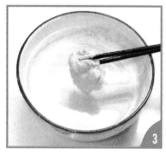

Xương sườn ướp xong tẩm với bột.

Cho dầu vào chảo đun đến 170°C, cho sườn vào chiên chín vàng hai mặt, vớt ra đợi dùng.

Rửa sạch chảo, cho 400ml nước vào đun sôi, sau đó cho khoai môn, xương sườn vào đun.

Đun lửa to đến khi sôi rồi đậy nắp đun lửa nhỏ đến khi canh chuyển sắc trắng, cho muối, hạt tiêu trắng, hạt nêm, rắc rau mùi lên là được.

Mẹo nhỏ

Khi chiên sườn, cố gắng nghiêng chảo để dầu được ngập miếng sườn, cũng có thể chia sườn làm nhiều lần để chiên. Chiên xong sườn và khoai nên gắp ra đĩa lót ít giấy ăn để thấm bớt lượng dầu rán.

Canh củ sen

🕐 60 phút
Độ khó: ★

Nguyên liệu	Xương lợn 300g, củ sen 200g.
Gia vị	Muối 1/2 thìa nhỏ, hạt nêm 1/4 thìa nhỏ, hành lá, rau mùi.

Cách chế biến

1. Xương lợn chặt thành miếng, củ sen gọt vỏ ngoài, rửa sạch, thái miếng vừa ăn.

2. Đổ 1 lít nước vào nồi, đun lửa to cho sôi, sau đó cho xương lợn vào luộc sơ trong 3 phút.

3. Vớt xương ra rửa sạch. Rửa sạch nồi, sau đó đổ 1,5 lít nước vào.

4. Cho xương lợn, củ sen vào đậy nắp nồi, đun lửa to cho sôi rồi vặn lửa nhỏ hầm khoảng 60 phút đến khi lượng nước còn lại một nửa thì cho muối, hạt nêm vào khuấy đều, nêm hành lá, rau mùi vào là được.

Mẹo nhỏ

Củ sen để nấu canh, tốt nhất nên chọn loại củ sen có nhiều bột, là loại sen mọc mùa đông, vỏ ngoài nâu, mặc dù không nhiều nước như củ sen mùa hè, nhưng mùi vị lại mềm ngon.

Cơm thịt bò

🕐 40 phút
Độ khó: ★ ★

Nguyên liệu	Thịt bò tươi 200g, hành tây 50g, cà rốt, súp lơ xanh một ít, cơm nóng 1 bát.
Gia vị	Xì dầu 1/2 thìa nhỏ, rượu vang 2 thìa to, đường trắng 3/4 thìa to, tỏi 2 nhánh, gừng tươi 10g, dầu ăn một ít.
Chuẩn bị	Cà rốt gọt vỏ rửa sạch, cắt thành hình hoa; súp lơ rửa sạch, thái miếng nhỏ; hành tây gọt vỏ, rửa sạch, thái sợi; tỏi thái lát, gừng thái sợi. Tất cả gia vị (ngoài tỏi, gừng, dầu ăn) cho vào bát trộn đều, làm thành nước sốt.

Cách chế biến

1. Cho dầu vào chảo, cho tỏi, gừng vào phi thơm, cho hành tây vào xào (hành tây không xào quá mềm).

2. Cho nước sốt vào nồi, đun lửa to cho sôi, cho thịt bò vào đảo đều.

3. Đun sôi, sau đó vặn nhỏ lửa đến khi nước sánh đặc, múc thịt cho vào bát cơm.

4. Cà rốt, súp lơ xanh cho vào nồi nước có muối và dầu mè luộc chín, vớt ra, để vào bát trang trí là được.

Thịt kho tàu

Nguyên liệu	Thịt ba chỉ 400g, trứng gà luộc 5 quả.
Gia vị	Xì dầu 1 thìa nhỏ, rượu 2 thìa to, hoa hồi 2 quả, hành củ 15g, tỏi 10 nhánh, gừng 4 lát, dầu ăn một ít, nước hàng từ 15g đường cát.
Chuẩn bị	Thịt ba chỉ rửa sạch thái miếng, trứng gà chín bóc vỏ, tỏi bóc vỏ, hành thái lát mỏng.

Cách chế biến

Thịt ba chỉ đã thái cho vào nồi nước sôi luộc sơ khoảng 2-3 phút, vớt ra để ráo nước.

Cho dầu vào chảo đun nóng, cho hành vào phi thơm.

Đun nhỏ lửa đến khi hành chín vàng, vớt ra, đợi dùng.

Dầu còn lại trong chảo, cho thịt ba chỉ vào rán chín vàng, cho gừng, tỏi vào xào thơm.

Cho các nguyên liệu trên vào nồi, đổ 800ml nước, hành đã phi bọc vào túi nhỏ, buộc chặt, cho vào nồi, đun cùng với các nguyên liệu khác.

Đun lửa to đến khi sôi, sau đó vặn lửa vừa và nhỏ, đậy nắp hầm đến khi còn 1/3 nước, bắc ra. Ăn nóng cùng cơm trắng.

Mẹo nhỏ

- Nên chọn mua hành tím hoặc hành ta củ nhỏ vì nó có mùi vị thơm.
- Cách thắng nước hàng (nước màu): Cho 15g đường cát vào chảo, đun nhỏ lửa đến chảy nước, chuyển sang màu nâu cánh gián thì chế một ít nước lã vào để hòa tan đường là được. Nếu dùng đường làm nước màu thì không cần thêm đường trong phần gia vị, tránh món ăn bị ngọt quá.

Cơm rang Đài Loan

60 phút
Độ khó: ★ ★

Nguyên liệu	Thịt lợn nạc 100g, nấm hương khô 12 cái, mực khô 100g, gạo nếp 400g.
Gia vị	A: Rượu, dầu ăn mỗi loại 1 thìa nhỏ, xì dầu 1 thìa nhỏ. B: Dầu mè 1 thìa to, hạt tiêu đen, hạt nêm, muối mỗi loại 1/4 thìa nhỏ, xì dầu, rượu mỗi loại 1 thìa nhỏ, hành củ băm một ít, dầu ăn 1 thìa to.
Chuẩn bị	Ngâm mực trong nước lạnh 4 tiếng, gạo nếp ngâm 5-8 tiếng; nấm hương ngâm nước lạnh 20 phút vớt ra rửa sạch, sau đó đổ 1/3 lượng nước đã ngâm vào bát khác, ngâm khoảng 2 tiếng, lượng nước ngâm lần 2 này không đổ đi.

Cách chế biến

Thịt lợn, nấm hương, mực lần lượt thái sợi.

Cho thịt lợn ướp với gia vị A khoảng 20 phút.

Gạo nếp đã ngâm vo sạch nước, cho vào nồi hấp cách thủy 30 phút, sau đó lấy ra.

Cho dầu mè, dầu ăn vào nồi đun chín.

Cho hành băm phi thơm, trút mực vào xào.

Cho tiếp nấm hương, muối vào đảo đều khoảng 2 phút, múc tất cả ra đợi dùng.

Phần dầu còn lại trong nồi, cho thịt vào xào chín.

Tiếp đó cho mực, nấm hương và cơm nếp đã hấp chín vào chảo

Mẹo nhỏ

- *Ngâm mực nên dùng nước lạnh để giữ được vị thơm và giòn dai của mực.*
- *Cho nước ngâm nấm hương để lấy mùi thơm, tốt nhất chia làm mấy lần cho từ từ lượng vừa phải không để cơm nếp quá nát.*
- *Món cơm này là cơm rang nhưng lượng dầu ăn cho vào không nhiều. Mặc dù bề ngoài nhìn cơm bóng đẹp, nhưng không phải cho nhiều dầu ăn mà là trạng thái sẵn có của cơm.*

Đổ một ít nước ngâm nấm hương (khoảng 100ml) trộn đều, lượng nước không làm cơm vón cục là được.

Cho xì dầu, rượu, hạt tiêu, hạt nêm vào đảo đều là được.

Cơm sốt Hàn Quốc

🕐 10 phút
Độ khó: ★ ★

Nguyên liệu	Giá đỗ, cà rốt, dưa chuột, xúc xích, cải bó xôi, nấm hương tươi, thịt ba chỉ (mỗi loại 150g), hành tây 100g, trứng gà 1 quả, kim chi cay 50g, cơm chín 2 bát.
Gia vị	Xì dầu nhạt màu, tương cay kiểu Hàn 1 thìa to, rượu 2 thìa, nước dùng 100ml, gừng 2 lát, tỏi 3 nhánh, vừng, dầu ăn một ít.

Mẹo nhỏ

- Nên rán thịt lâu một chút để mỡ chảy ra.
- Có thể ăn kèm với kim chi Hàn Quốc.
- Món này nên sử dụng nồi đất để bày, mục đích là giữ nhiệt tốt. Nếu không có nồi đất có thể dùng nồi sú.

Giá đỗ, cải bó xôi rửa sạch; cà rốt gọt vỏ, rửa sạch thái sợi; dưa chuột, xúc xích, hành tây, nấm hương lần lượt rửa sạch, thái sợi.

Cho nước vào chảo, cho thịt vào luộc khoảng 5 phút, vớt ra rửa sạch.

Thái miếng thịt dày 0,5cm.

Cho dầu vào chảo đun nóng, cho gừng, tỏi, hành vào xào thơm, rồi đổ thịt vào xào.

Đun nhỏ lửa cho mỡ chảy ra, cho các gia vị khác vào, đun đến khi nước sánh đặc là được.

Nấm hương cho vào nồi nước sôi đun chín, vớt ra để ráo nước.

Cho cải bó xôi vào luộc chín, vớt ra để ráo nước.

Cho giá đỗ vào luộc chín, vớt ra để ráo nước. Dùng một chiếc chảo bằng, cho dầu vào ốp trứng.

Cho cơm vào chảo, dùng đũa đánh đều, trộn với xì dầu, cho rau, xúc xích, thịt, kim chi, trứng ốp và rắc vừng lên là được.

Cơm cà ri gà

Nguyên liệu	Thịt gà nguyên xương 350g, khoai tây 250g, hành tây 130g, cà rốt 80g, đậu côve 100g, cơm chín 2 bát.
Gia vị	Dầu ăn, rượu mỗi loại 1 thìa to, tương cà ri 4 thìa to, mật ong 1,5 thìa nhỏ, nước bột đao (bột đao 2 thìa nhỏ + nước 50ml), tỏi 5 nhánh, gừng 5 lát.
Chuẩn bị	Thịt gà rửa sạch, chặt thành miếng to; khoai tây, cà rốt, hành tây gọt vỏ rửa sạch, thái miếng nhỏ; đậu côve rửa sạch, thái đoạn nhỏ.

Cách chế biến

Đun nóng dầu, phi thơm tỏi, gừng, cho thịt gà vào xào, cho rượu vào đun đến khi thịt săn và có màu vàng.

Cho hành tây vào xào thơm.

Tiếp đó cho khoai tây, cà rốt, đun lửa nhỏ và đảo liên tục đến khi bề mặt khoai tây chín.

Đổ nước xăm xắp, đun sôi. Cho tương cà ri vào, trộn đều, đun lửa nhỏ đến khi nước sánh đặc. Khi đun không đảo, tránh làm dính chảo. Có thể cho thêm ít nước bột đao vào.

Khi gần chín, cho đậu côve vào, đun đến khi vỏ ngoài của quả đậu nhăn lại là được.

Cho mật ong vào trộn đều, múc cà ri lên bát cơm.

Mì xào thập cẩm

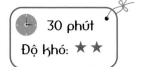
Nguyên liệu	Mì sợi khô 150g, cà rốt 30g, xúc xích 50g, cải bắp 40g.
Gia vị	Muối 1/3 thìa nhỏ, xì dầu 1 thìa nhỏ, hạt nêm 1/4 thìa nhỏ, hành 15g, dầu ăn 1 thìa to.
Chuẩn bị	Cà rốt gọt vỏ, rửa sạch; cải bắp rửa sạch; hành rửa sạch cắt khúc.

Cách chế biến

Cà rốt, xúc xích, cải bắp thái sợi, hành cắt khúc.

Cho nước vào chảo, cho một ít muối, dầu, đun lửa to, cho mì vào luộc.

Đổ thêm 1/3 bát nước lạnh vào chảo, sau khi sôi tiếp tục đổ 1/3 bát nước lạnh, cho đến khi mì mềm, vớt ra để nguội.

Đun dầu nóng, cho cà rốt, cải bắp vào xào gần chín.

Tiếp tục cho xúc xích vào đảo đều.

Đổ mì vào, dùng đũa trộn đều.

Cho muối, xì dầu, hạt nêm vào đảo đều.

Cho hành cắt khúc vào đảo đều là được.

Mẹo nhỏ

- Làm món mì xào cần chọn loại mì không dễ nát, không nên đun quá lâu. Khi luộc mì, cho vào trong nước một ít dầu và muối, tránh cho mì dính vào nhau.

- Trước khi xào mì, đun nóng chảo, cho dầu vào, lắc nhẹ cho dầu ăn bám đều ở mặt chảo, sau đó mới xào mì sẽ không bị dính chảo.

- Khi xào dùng đũa, không dùng xẻng tránh mì bị đứt gãy.

Mỳ gà xé phay

Nguyên liệu	Mì sợi khô 220g, thịt lườn gà 80g, dưa chuột 1 quả, cà rốt 1/2 củ.
Gia vị	Tương lạc 1,5 thìa to, tương vừng, xì dầu, đường mỗi loại 1 thìa to, giấm 3 thìa to, hạt nêm, dầu mè, dầu ớt mỗi loại 1/2 thìa to, bột ớt 1 thìa nhỏ, mù tạt 1/2 thìa nhỏ, dầu ăn một ít.
Chuẩn bị	Dưa chuột, cà rốt rửa sạch, thái sợi.

Cách chế biến

1. Đổ nước vào nồi đun sôi, cho mì vào đun, trong quá trình đun cho 2 lần nước lạnh vào đến khi mì chín mềm là được.

2. Mì luộc xong vớt ra, dùng nước lạnh xả vài lần.

3. Chuẩn bị một bát nước lạnh, mì luộc xong cho vào ngâm 2-3 phút.

4. Vớt mì ra, để ráo nước, cho một ít dầu ăn vào, trộn đều rồi để trong tủ lạnh.

5. Thịt gà luộc chín, vớt ra để nguội, xé sợi.

6. Tương vừng, tương lạc cho vào bát, cho 2 thìa nước vào khuấy đều.

7. Cho xì dầu, giấm, đường, hạt nêm vào đảo đều.

8. Cuối cùng cho dầu mè, bột ớt, mù tạt khuấy đều làm tương hỗn hợp.

9. Cho thêm một ít nước vào khuấy đều.

10. Lấy mì từ tủ lạnh ra, cho dưa chuột, cà rốt, thịt gà vào trộn đều, khi ăn rưới thêm nước tương hỗn hợp, dầu ớt là được.

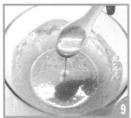

Mẹo nhỏ

- Khi luộc mì không nên luộc lâu, mì cho vào nước, khi sủi tăm nên lập tức cho thêm nửa bát nước lạnh, khi sủi tăm lần nữa lại thêm một nửa bát nước lạnh, cho đến khi mì sôi lại thì vớt ra.

- Khi cho nước vào mì và vớt ra ngâm mì vào nước, động tác cần nhanh, không để mì ngâm trong nước quá lâu.

Mì Udon xào thịt lợn

🕐 30 phút
Độ khó: ★ ★

Nguyên liệu	Thịt lợn nạc 100g, mì Udon 400g (2 túi nhỏ), hành tây 1/4 củ, ớt ngọt xanh đỏ vàng mỗi loại 1/4 quả.
Gia vị	A: Dầu hào, bột đao mỗi loại 2 thìa nhỏ, nước sạch, dầu ăn mỗi loại 1 thìa to, lòng trắng trứng nửa quả.
	B: Tỏi 5 nhánh, dầu hào 1,5 thìa to, xì dầu 1 thìa nhỏ, tương cà chua 2 thìa nhỏ, đường cát 1 thìa nhỏ, hạt tiêu 1/2 thìa to, nước dùng (hoặc nước sạch) 100ml, dầu ăn 3 thìa to.

Cách chế biến

1. Mì Udon dùng nước rửa sạch, giúp sợi mì không dính vào nhau, sau đó để ráo nước đợi dùng.

2. Tỏi băm nhỏ, các loại ớt lần lượt rửa sạch thái miếng nhỏ; hành tây rửa sạch, một nửa thái miếng nhỏ, một nửa băm nhỏ.

3. Thịt lợn thái miếng mỏng, cho vào bát, trộn đều với gia vị A, ướp khoảng 10 phút.

4. Cho một thìa dầu to vào chảo đun nóng, cho thịt lợn vừa ướp vào xào đến khi đổi màu, múc ra đợi dùng.

5. Đổ dầu còn thừa ra bát, rửa sạch chảo, bật bếp chờ khi chảo khô thì cho 1 thìa dầu to vào chảo đun nóng, cho hành tây thái miếng, các loại ớt vào xào to lửa khoảng 1 phút.

6. Đổ mì Udon vào, cho thêm ít muối, đun lửa vừa nhỏ khoảng 2 phút, múc ra đợi dùng.

7. Rửa sạch chảo, cho 1 thìa dầu to vào, phi hành tây băm nhỏ và tỏi cho thơm.

8. Cho dầu hào, xì dầu, tương cà chua, đường cát, nước dùng (hoặc nước sạch), hạt tiêu vào đun ở lửa vừa làm nước sốt.

9. Đổ thịt lợn, đảo nhanh cho đến khi thịt ngấm đều gia vị.

10. Cho rau và mì đã xào vào, trộn đều là được.

Mẹo nhỏ

- Ướp thịt với một chút dầu giúp thịt lợn mềm và bóng đẹp, không bị dính chảo.

- Khi làm tương ớt hạt tiêu, cho một ít tương cà chua và đường vào, nhưng không nên cho quá nhiều. Hạt tiêu đen tốt nhất chọn loại hạt to thô sẽ càng thơm ngon.

Bánh nhân thịt

Nguyên liệu vỏ bánh	Bột mì 300g, nước lạnh 165-175g (Lượng hấp thụ nước của bột mì có thể tăng giảm khác nhau).
Nguyên liệu nhân bánh	Thịt lợn băm (3 phần mỡ bảy phần nạc) 250g, hành tây 1 củ (50g).
Gia vị	A: Gừng thái sợi 20g, hành hoa cắt khúc 30g, nước sạch 50ml, dầu ăn 1 thìa to, hành củ 1 củ. B: Muối 1/2 thìa nhỏ, xì dầu, rượu mỗi loại 1 thìa nhỏ, hạt tiêu trắng, hạt nêm mỗi loại 1/2 thìa nhỏ.

Cách chế biến

1

Cho bột mì vào trong chậu, đổ nước vào trộn bột mì, dùng đũa khuấy nhanh và đều tay.

2

Nhào bột mì đến mịn, sau đó bọc bột trong túi bảo quản cho lên men 10 phút.

3

Hành, gừng bóp lấy nước; hành củ băm nhỏ.

4

Cho nước hành gừng vào nhân thịt, dùng đũa khuấy đều để thịt ngấm nước.

5

Cho hành băm vào bát thịt, cho gia vị B vào đảo đều.

6

Cán bột thành những miếng tròn có độ dày 2-3mm.

7

Dùng dao cắt một đường như hình hướng dẫn.

8

Phủ một tầng nhân bánh mỏng lên bánh như hình hướng dẫn.

9

Chỗ bánh không phủ nhân gấp phủ lên phần có nhân.

10

Sau đó gấp đôi lại như hình hướng dẫn.

11

Cuối cùng dùng tay miết chặt mép bánh.

12

Đun chảo nóng, cho dầu vào đun nóng, sau đó cho bánh vào rán khoảng 2 phút.

13

Lật mặt bánh lại và rán tiếp 2 phút, cho thêm 2 thìa nước vào rồi đậy nắp đun thêm 2 phút.

14

Khi hai mặt bánh đã chín vàng, vỏ bánh giòn, xốp, ngửi thấy dậy mùi thơm là được.

Mẹo nhỏ

- *Chỉ dùng nước lạnh để nhào bột.*
- *Cục bột cần mềm hơn vỏ của bánh há cảo.*
- *Bánh vừa cho vào rán nên dùng tay ép xuống một chút.*

Mục lục

NGƯỜI NỘI TRỢ THÔNG MINH

MÓN NGON
BỔ DƯỠNG CHO
NAM GIỚI

Chịu trách nhiệm xuất bản:
Giám đốc NGUYỄN THỊ TUYẾT

Chịu trách nhiệm bản thảo:
Phó Giám đốc - Tổng biên tập KHÚC THỊ HOA PHƯỢNG

Biên tập:	Lê Mỹ Ái
Bìa:	Starbooks
Trình bày:	Chu Hương
Sửa bản in:	Vũ Phương
	Hải Nhàn

NHÀ XUẤT BẢN PHỤ NỮ

39 Hàng Chuối - Hà Nội.
ĐT: (04) 39717979 - 39717980 - 39710717 - 39716727 - 39712832.
FAX: (04) 39712830
E-mail: nxbphunu@vnn.vn
Website: www.nxbphunu.com.vn

Chi nhánh:
16 Alexandre de Rhodes - Q. I - TP Hồ Chí Minh. ĐT: (08) 38234806

In 2000 cuốn, khổ 17 x 24cm, tại Nhà in Hội Liên hiệp Phụ nữ Việt Nam, Phú Thị, Gia Lâm, Hà Nội.
Giấy xác nhận KHXB số: 702-2013/CXB/3-46/PN ký ngày 30/5/2013. Giấy QĐXB số: 557/QĐ-PN.
In xong và nộp lưu chiểu quý I năm 2014.